Impressum
Verlag: BABADADA GmbH, Nedderfeld 112 , 22529 Hamburg
Geschäftsführer / Verlagsleitung: Harald Hof
Druck: Books on Demand GmbH, In de Tarpen 42, 22848 Norderstedt

Imprint
Publisher: BABADADA GmbH, Nedderfeld 112 , 22529 Hamburg, Germany
Managing Director / Publishing direction: Harald Hof
Print: Books on Demand GmbH, In de Tarpen 42, 22848 Norderstedt

skole
shule

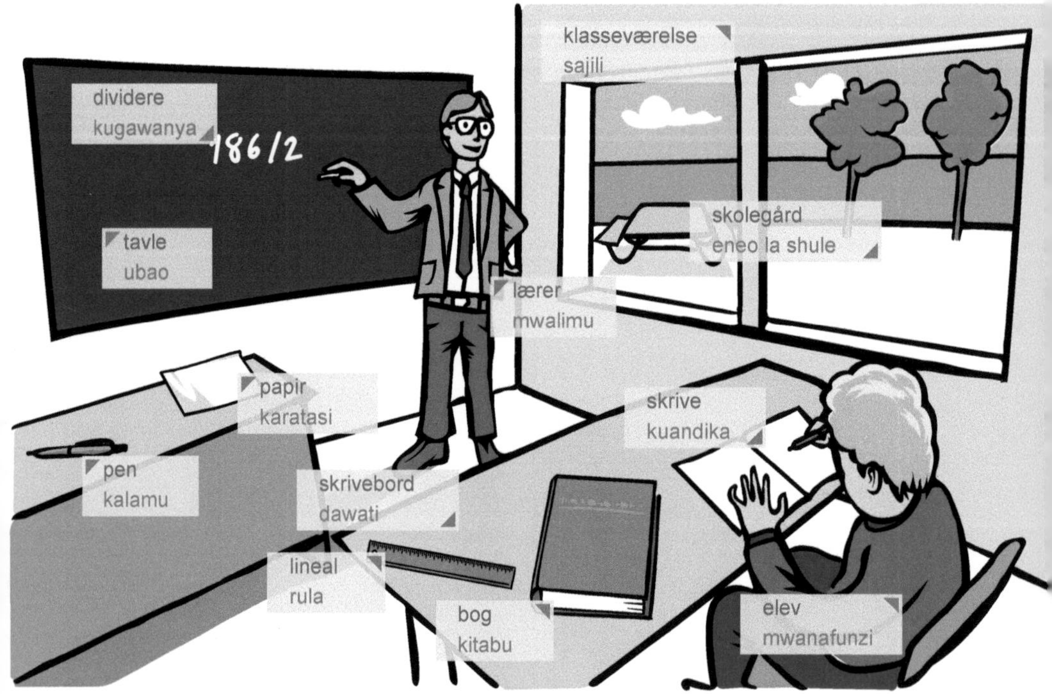
klasseværelse
sajili
dividere
kugawanya
186/2
tavle
ubao
skolegård
eneo la shule
lærer
mwalimu
papir
karatasi
skrive
kuandika
pen
kalamu
skrivebord
dawati
lineal
rula
bog
kitabu
elev
mwanafunzi

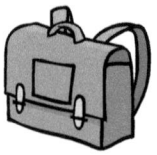

skoletaske
mkoba

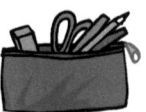

penalhus
kikasha cha penseli

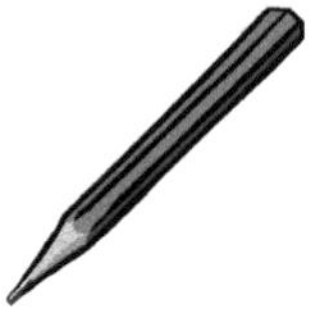

blyant
penseli

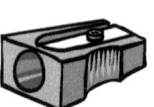

blyantspidser
kichonga penseli

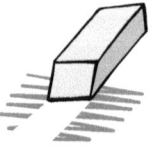

viskelæder
mpira

tegneblok
pedi ya kuchora

tegning

uchoraji

pensel

brashi ya rangi

æske med vandfarver

sanduku la rangi

saks

mkasi

lim

gundi

opgavehefte

daftari

lektie

kazi ya nyumbani

12

tal

nambari

2+2

addere

jumlisha

5-2

subtrahere

ondoa

2×2

multiplicere

zidisha

regne

kokotoa

A

bogstav

barua

ABCDEFG
HIJKLMN
OPQRSTU
VWXYZ

alfabet

alfabeti

ord

neno

tekst

maandishi

læse

kusoma

kridt

chaki

time

somo

klasseprotokol

sajili

eksamen

uchunguzi

karakterbog

cheti

skoleuniform

sare za shule

uddannelse

elimu

leksikon

elezo

universitet

chuo kikuu

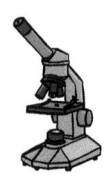

mikroskop

darubini

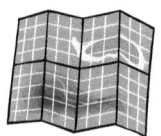

kort

ramani

papirkurv

kikapu cha kuweka karatasi
chafu

rejse
usafiri

Grand
hotel
hoteli
herberg
hosteli
ROOMS
vekselkontor
ofisi ya ubadilishanaji
EXCHANGE
kuffert
sanduku
bil
gari

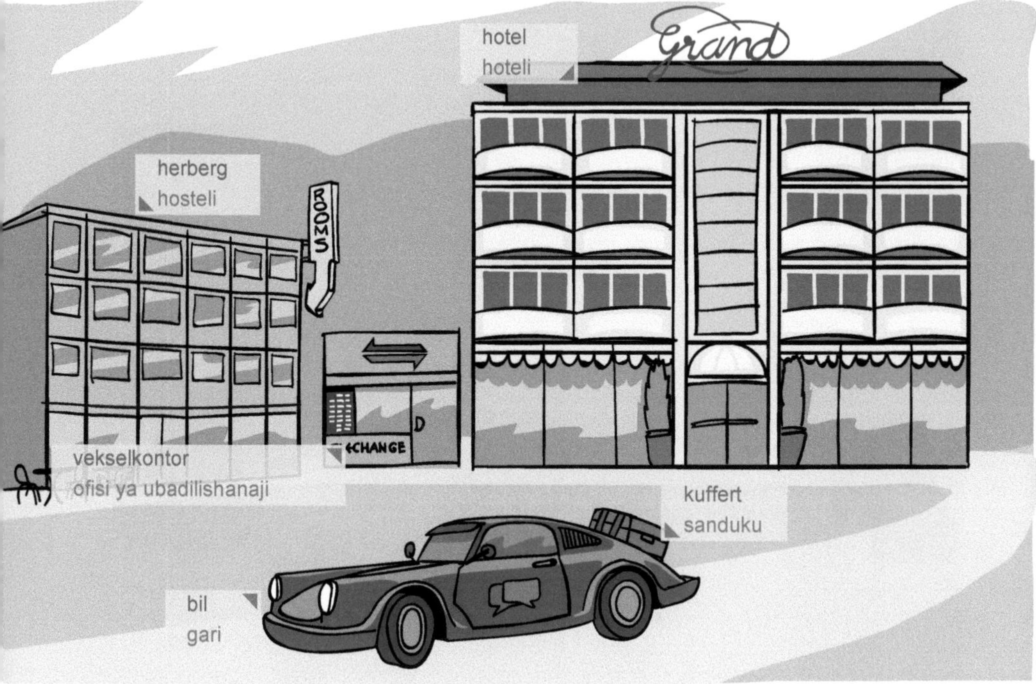

sprog
lugha

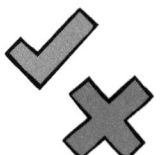

ja / nej
ndiyo / la

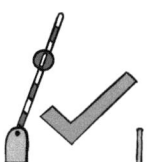

okay
sawa

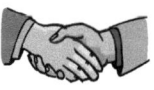

hej
hujambo

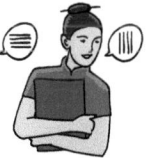

oversætter
mtafsiri

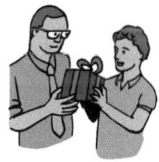

tak
Asante

hvad koster...?

kiasi gani ni ...?

Jeg forstår ikke

Sielewi

problem

tatizo

God aften!

Jioni njema!

God morgen!

Habari za asubuhi!

God nat!

Usiku mwema!

farvel

kwa heri

retning

mwelekeo

bagage

mizigo

taske

mfuko

rygsæk

shanta

gæst

mgeni

værelse

chumba

sovepose

begi la kulalia

telt

hema

turistinformation

taarifa ya utalii

strand

ufuo

kreditkort

kadi

morgenmad

kifunguakinywa

middagsmad

chakula cha mchana

aftensmad

chakula cha jioni

billet

tiketi

elevator

kuinua

frimærke

muhuri

grænse

mpaka

told

mila

ambassade

ubalozi

visum

visa

pas

pasipoti

transport
usafiri

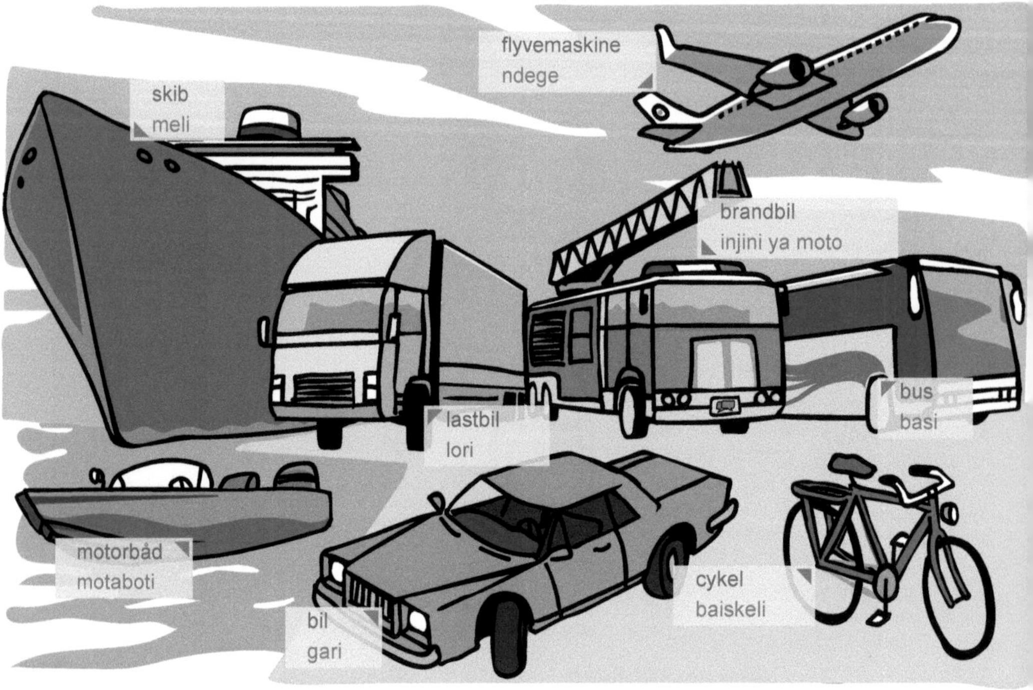
flyvemaskine
ndege
skib
meli
brandbil
injini ya moto
bus
basi
lastbil
lori
motorbåd
motaboti
cykel
baiskeli
bil
gari

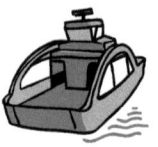

færge

feri

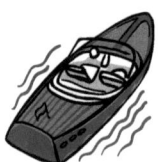

båd

mashua

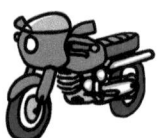

motorcykel

pikipiki

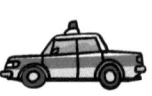

politibil

gari la polisi

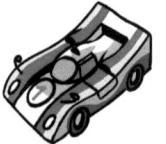

racerbil

gari la mashindano

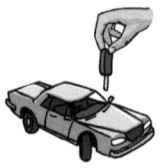

lejebil

gari la kukodisha

samkørsel

kushiriki gari

kranbil

lori la kuvuta

skraldebil

ukusanyaji taka

motor

motor

benzin

mafuta

tankstation

kituo cha mafuta

trafikskilt

ishara trafiki

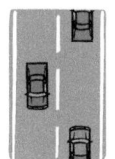

trafik

trafiki

trafikprop

msongamano

parkeringsplads

maegesho

banegård

kituo cha treni

skinner

reli

tog

garimoshi

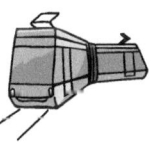

sporvogn

tremu

wagon

gari la mizigo

helikopter

helikopta

lufthavn

uwanja wa ndege

tårn

mnara

passager

abiria

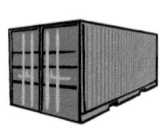

container

chombo

karton

katoni

kærre

mkokoteni

kurv

kikapu

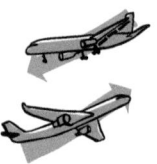

starte / lande

ondoka

by

jiji

landsby

kijiji

bymidte

katikati ya jiji

hus

nyumba

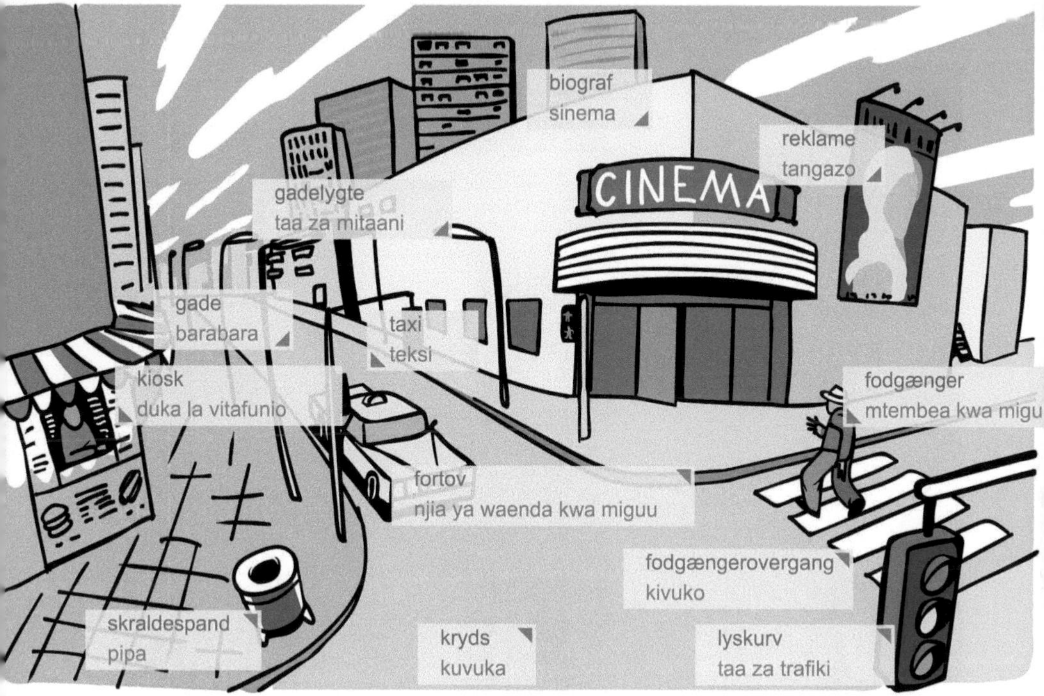

biograf
sinema

reklame
tangazo

gadelygte
taa za mitaani

CINEMA

gade
barabara

taxi
teksi

kiosk
duka la vitafunio

fodgænger
mtembea kwa migu

fortov
njia ya waenda kwa miguu

fodgængerovergang
kivuko

skraldespand
pipa

kryds
kuvuka

lyskurv
taa za trafiki

hytte

kibanda

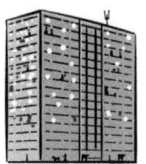

lejlighed

gorofa

banegård

kituo cha treni

rådhus

ukumbi wa mji

museum

Makavazi

skole

shule

universitet

chuo kikuu

bank

benki

sygehus

hospitali

hotel

hoteli

apotek

duka la dawa

kontor

ofisi

boghandel

duka la kitabu

butik

duka

blomsterbutik

duka la maua

supermarked

dukakuu

marked

soko

stormagasin

idara ya kuhifadhi

fiskehandler

mwuza samaki

butikscenter

kituo cha ununuzi

havn

bandari

park

Hifadhi

bænk

benki

bro

daraja

trappe

vidato

undergrundsbane

chini ya ardhi

tunnel

handaki

busstoppested

kituo cha mabasi

barnevogn

bar

restaurant

mgahawa

postkasse

sanduku la posta

vejskilt

ishara ya barabara

parkometer

mita ya maegesho

zoo

bustani ya wanyama

badeanstalt

kidimbwi cha kuogelea

moske

msikiti

bondegård	miljøforurening	kirkegård
shamba	uchafuzi	makaburini

kirke	legeplads	tempel
kanisa	uwanja wa michezo	hekalu

landskab
mazingira

blad
jani

vejviser
ishara ya mwelekeo

vej
njia

eng
malisho

sten
jiwe

vandrer
mtembeaji wa masafa

træ
mti

flod
mto

græs
nyasi

blomst
ua

dal

bonde

bjerg

kilima

sø

ziwa

skov

msitu

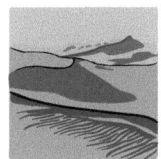

ørken

jangwa

vulkan

volkano

slot

ngome

regnbue

upinde wa mvua

svamp

uyoga

palme

mtende

moskito

mbu

flue

kuruka

myre

chungu

bi

nyuki

edderkop

buibui

bille

mende

frø

chura

egern

kuchakuro

pindsvin

nungunungu

hare

sungura

ugle

bundi

fugl

ndege

svane

swan

vildsvin

nguruwe mwitu

hjort

kulungu

elg

aina ya kongoni

dæmning

bwawa

vindmølle

tabo ya upepo

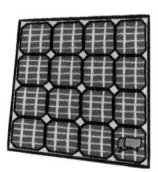

solcellemodul

nishaji ya jua

klima

hali ya hewa

restaurant
mgahawa

tjener
mhudumu
spisekort
menyu
stol
kiti
suppe
supu
pizza
piza
bestik
vilia
borddug
kitambaa cha mezani

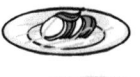

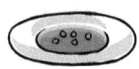

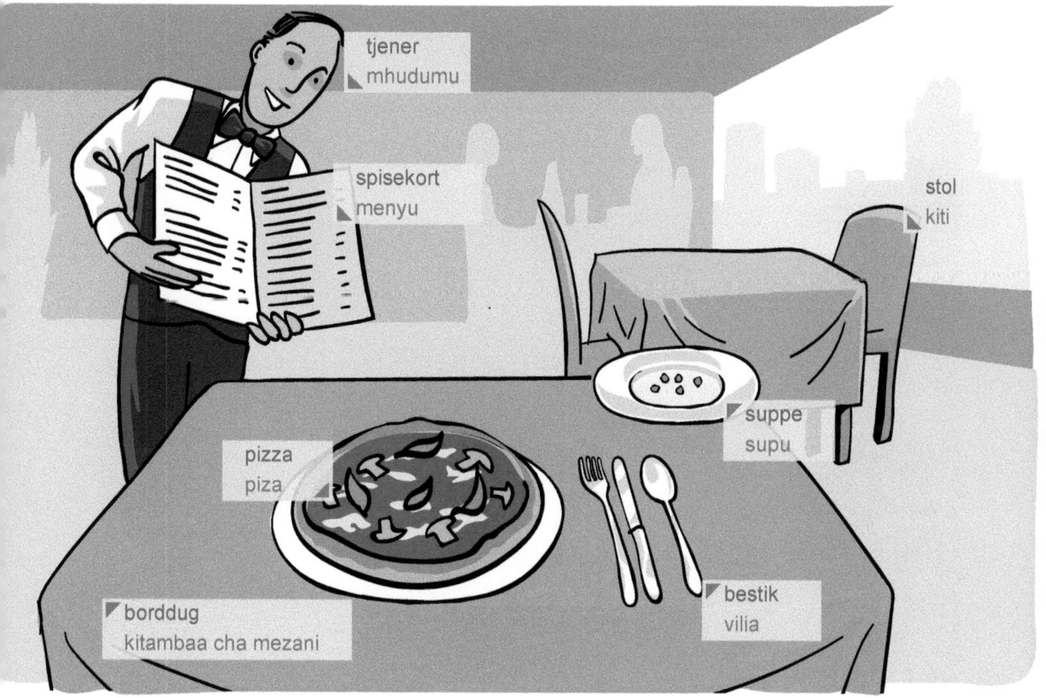

forret

kiamsha hamu

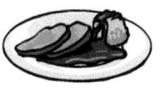

hovedret

kozi kuu

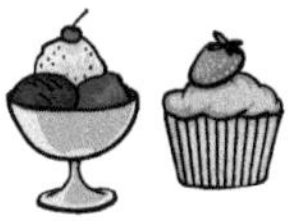

dessert

kitindamlo

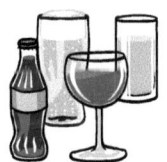

drikkevarer

vinywaji

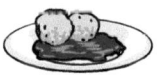

mad

chakula

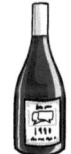

flaske

chupa

fastfood

chakula cha haraka

streetfood

Streetfood

tekande

buli

sukkerdåse

kisanduku cha sukari

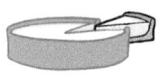

portion

sehemu

espressomaskine

mashine ya espresso

barnestol

kiti kirefu

faktura

muswada

tablet

trei

kniv

kisu

gaffel

uma

ske

kijiko

teske

kijiko cha chai

serviet

nepi

glas

glasi

tallerken

sahani

dyb tallerken

sahani ya supu

underkop

sufuria

sovs

mchuzi

saltbøsse

kichanyaji chumvi

peberkværn

kinu cha pilipili

eddike

siki

olie

mafuta

krydderier

viungo

ketchup

kechapu

sennep

haradali

mayonnaise

kachumbari nzito

supermarked

dukakuu

tilbud
ofa maalum
FOR
kunde
mteja
mælkeprodukter
maziwa
frugt
matunda
indkøbsvogn
toroli

BUTCHERS

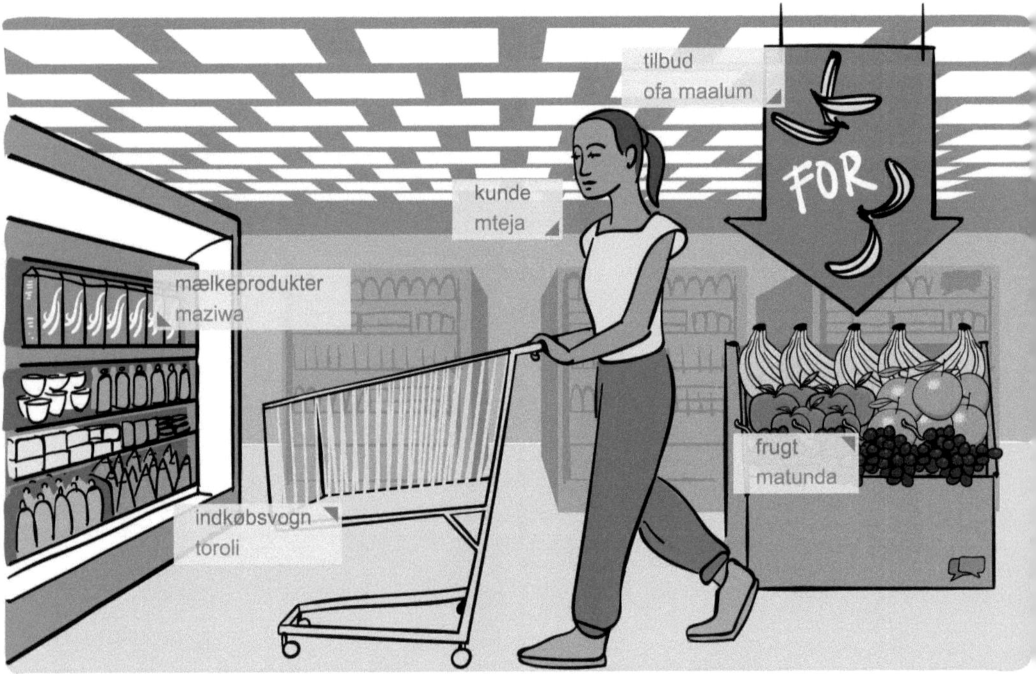

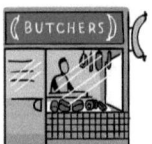

slagter

mchinjaji

BAKERY

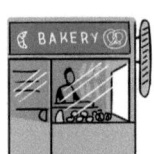

bageri

mwokaji

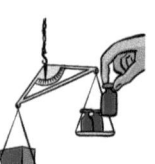

veje

uzito

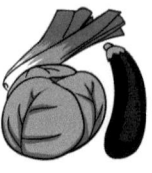

grøntsager

mboga

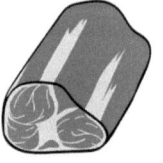

kød

nyama

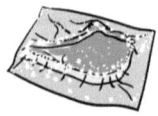

frostvarer

chakula waliohifadhiwa

pålæg

vipande vya nyama baridi

konserves

chakula cha kopo

vaskemiddel

sabuni ya unga

slik

pipi

husholdningsvarer

bidhaa za kaya

rengøringsmidler

bidhaa za kusafisha

ekspedient

mtu mauzo

kasse

mpaka

kasserer

keshia

indkøbsliste

orodha ya manunuzi

åbningstider

masaa ya ufunguzi

tegnebog

mkoba

kreditkort

kadi

taske

mfuko

plasticpose

mfuko wa plastiki

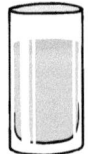

vand

maji

saft

sharubati

mælk

maziwa

cola

coke

vin

mvinyo

øl

bia

alkohol

pombe

kakao

kakao

te

chai

kaffe

kahawa

espresso

spreso

cappuccino

kapuchino

banan

ndizi

æble

tufaha

appelsin

machungwa

melon

tikiti

citron

lemon

gulerod

karoti

hvidløg

kitunguu saumu

bambus

mianzi

løg

kitunguu

svamp

uyoga

nødder

karanga

nudler

nudo

spaghetti

spageti

ris

mpunga

salat

saladi

pomfritter

vibanzi

stegte kartofler

viazi vya kukaanga

pizza

piza

hamburger

hambaga

sandwich

sandwichi

schnitzel

kipande

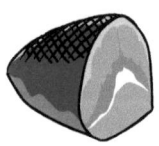

skinke

paja la mnyama

salami

salami

pølse

soseji

kylling

kuku

steg

choma

fisk

samaki

havregryn

oats ya uji

mysli

muesli

cornflakes

cornflakes

mel

unga

croissant

kroisanti

rundstykke

andazi

brød

mkate

toast

mkate wa kubanika

kiks

biskuti

smør

siagi

kvark

maziwa mgando

kage

keki

æg

yai

spejlæg

yai kukaanga

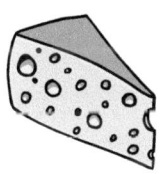

ost

jibini

is
aiskrimu

sukker
sukari

honning
asali

marmelade
jemu

nougat-creme
kuenea kwa chokoleti

karry
mchuzi wa viungo

bondegård
shamba

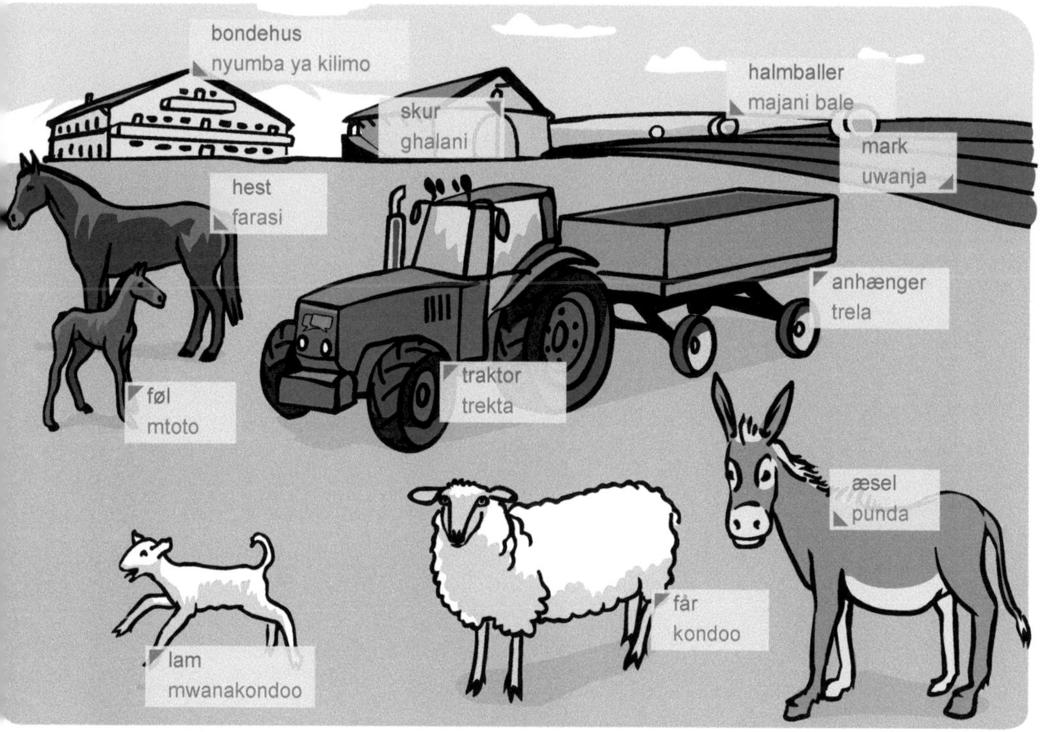
bondehus
nyumba ya kilimo
skur
ghalani
halmballer
majani bale
mark
uwanja
hest
farasi
anhænger
trela
traktor
trekta
føl
mtoto
æsel
punda
får
kondoo
lam
mwanakondoo

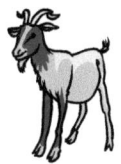

ged
mbuzi

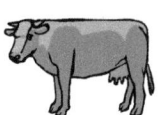

ko
ng'ombe

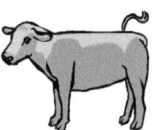

kalv
ndama

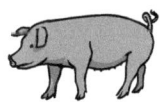

svin
nguruwe

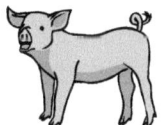

gris
mwananguruwe

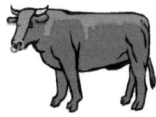

tyr
fahali

gås
batabukini

and
bata

kylling
kifaranga

høne
kuku

hane
jogoo

rotte
panya

kat
paka

mus
panya

okse
ng'ombe

hund
mbwa

hundehus
nyumba ya mbwa

haveslange
bomba la bustani

vandkande
debe la kumwagilia maji

le
fyekeo

plov
kulima

segl

mundu

hakkejern

jembe

møggreb

uma wa nyasi

økse

shoka

trillebør

toroli

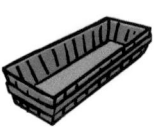

trug

kupitia nyimbo

mælkekande

chombo cha maziwa

sæk

gunia

hæk

ua

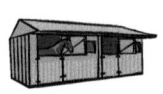

stald

imara

drivhus

chafu

jord

udongo

frø

mbegu

gødning

mbolea

mejetærsker

kivunaji

høste

mavuno

høst

mavuno

yams

viazi vikuu

hvede

ngano

soja

soya

kartoffel

viazi

majs

mahindi

raps

rapa

frugttræ

mti wa matunda

maniok

muhogo

korn

nafaka

hus
nyumba

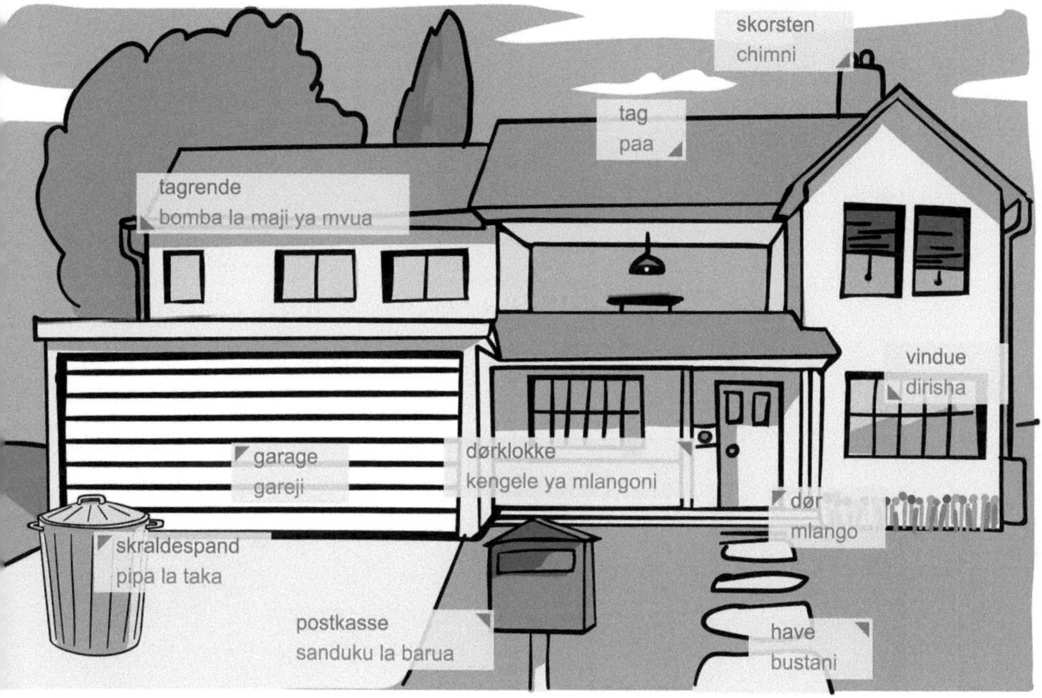

skorsten
chimni
tag
paa
tagrende
bomba la maji ya mvua
vindue
dirisha
garage
gareji
dørklokke
kengele ya mlangoni
dør
mlango
skraldespand
pipa la taka
postkasse
sanduku la barua
have
bustani

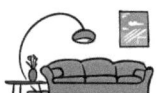

stue

sebuleni

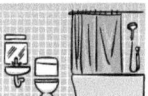

badeværelse

bafu

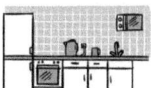

køkken

jikoni

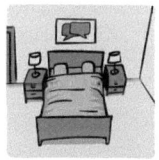

soveværelse

chumba cha kulala

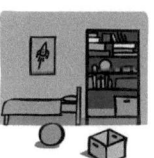

børneværelse

chumba ya mtoto

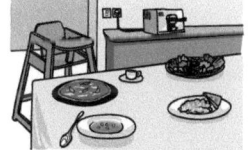

spisestue

chumba cha kulia

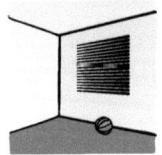

gulv

sakafu

væg

ukuta

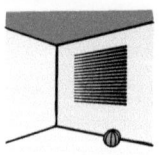

loft

dari

kælder

pishi

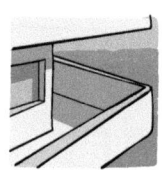

sauna

sauna

altan

roshani

terrasse

mtaro

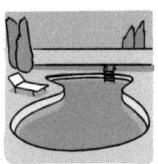

svømmehal

kidimbwi

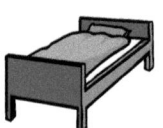

plæneklipper

mashine ya kukata nyasi

dynebetræk

karatasi

dyne

kitambaa cha kupamba kitanda

seng

kitanda

kost

ufagio

spand

ndoo

kontakt

kubadili

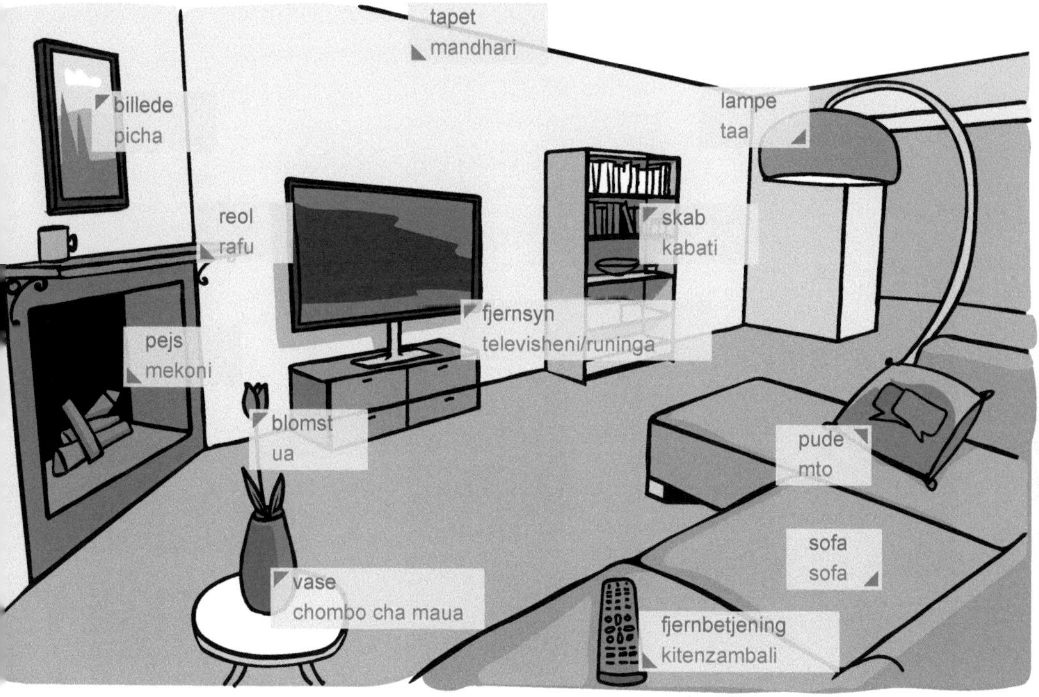

tapet
mandhari

billede
picha

lampe
taa

reol
rafu

skab
kabati

fjernsyn
televisheni/runinga

pejs
mekoni

blomst
ua

pude
mto

sofa
sofa

vase
chombo cha maua

fjernbetjening
kitenzambali

gulvtæppe

zulia

gardin

pazia

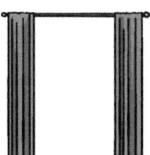

bord

meza

stol

kiti

gyngestol

kiti cha bembea

lænestol

armchair

bog

kitabu

tæppe

blanketi

dekoration

mapambo

brænde

kuni

film

filamu

stereoanlæg

kifaa cha hi-fi

nøgle

ufunguo

avis

gazeti

maleri

uchoraji

plakat

bango

radio

redio

notesblok

daftari

støvsuger

kifyonza

kaktus

dungusi kakati

lys

mshumaa

køkken
jikoni

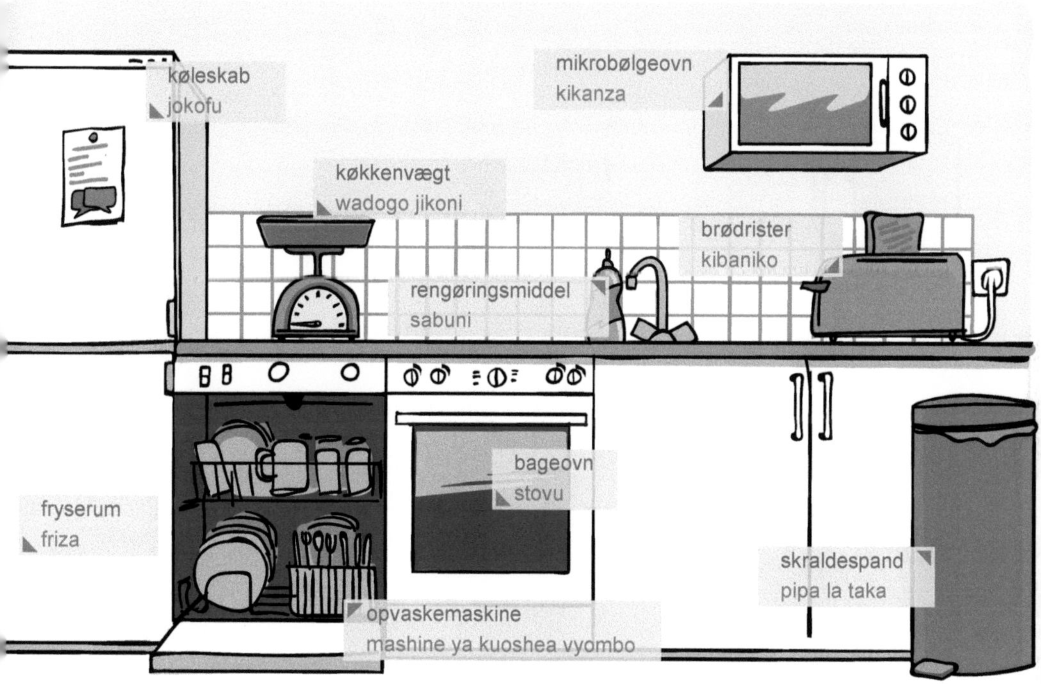
køleskab
jokofu
mikrobølgeovn
kikanza
køkkenvægt
wadogo jikoni
brødrister
kibaniko
rengøringsmiddel
sabuni
bageovn
stovu
fryserum
friza
skraldespand
pipa la taka
opvaskemaskine
mashine ya kuoshea vyombo

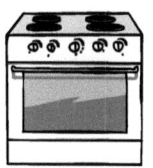

komfur

jiko la kupika

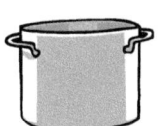

gryde

chungu

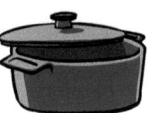

jerngryde

sufuria ya chuma

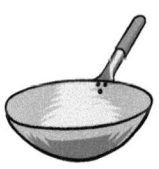

wok / kadai

wok / kadai

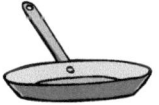

pande

kaango

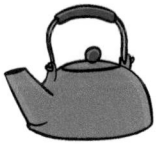

elkedel

birika

dampkoger

stima

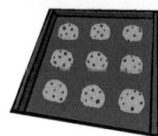

bageplade

sinia ya kuoka

service

vyombo vya udongo

bæger

kombe

skål

bakuli

spisepinde

vijiti vya kulia

øseske

ukawa

paletkniv

mwiko mpana

piskeris

burashi

dørslag

kichujio

si

chujio

rive

mbuzi

morter

chokaa

grille

barbeque

ildsted

moto wazi

skærebræt

ubao wa majaribio

kagerulle

kijiti cha kusukuma unga

proptrækker

kizibuo

dåse

kopo

dåseåbner

inaweza kopo

grydelap

kishikio cha chungu

køkkenvask

karo

børste

brashi

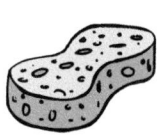

svamp

sifongo

blender

kisagaji matunda

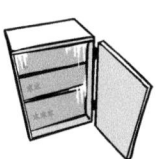

dybfryser

friji ya kina

sutteflaske

chupa ya mtoto

vandhane

bomba

badeværelse

bafu

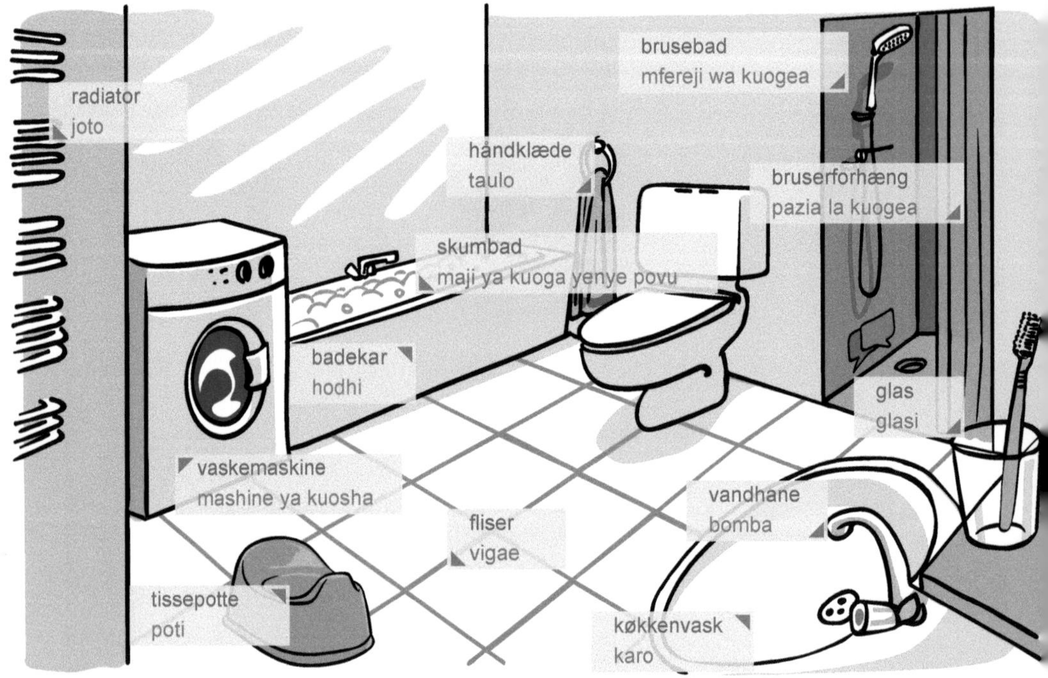
brusebad
mfereji wa kuogea
radiator
joto
håndklæde
taulo
bruserforhæng
pazia la kuogea
skumbad
maji ya kuoga yenye povu
badekar
hodhi
glas
glasi
vaskemaskine
mashine ya kuosha
vandhane
bomba
fliser
vigae
tissepotte
poti
køkkenvask
karo

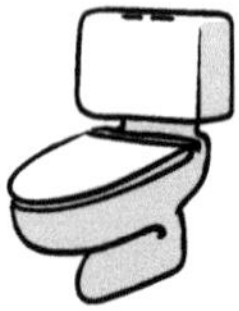

toilet

choo

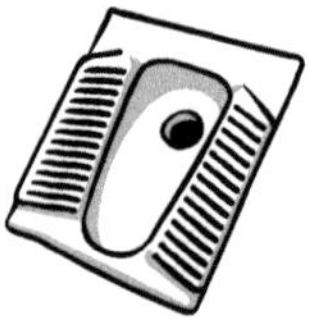

hugsiddende toilet

choo cha squat

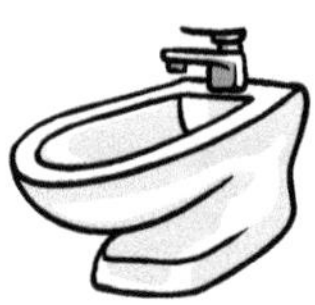

bidet

beseni la mviringo

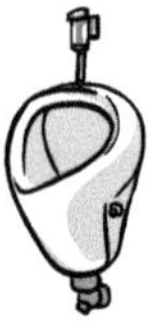

pissoir

choo cha umma

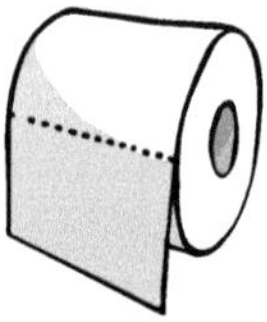

toiletpapir

shashi

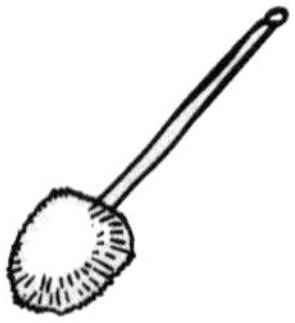

toiletbørste

brashi ya choo

tandbørste

mswaki

tandpasta

dawa ya meno

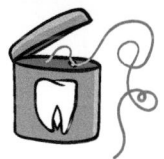

tandtråd

dawa ya meno

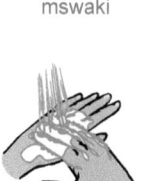

vaske

safisha

håndbruser

kuoga mkono

intimbruser

msukumo wa maji

vaskefad

bonde

badebørste

mpako wa pili

sæbe

sabuni

brusegele

jeli ya kuogea

shampoo

shampuu

vaskeklud

flana

afløb

toa maji

creme

krimu

deodorant

kiondoa harufu

spejl

kioo

kosmetikspejl

kioo mkono

barberhøvl

kinyozi

barberskum

povu la kunyoa

barbervand

baada ya kunyoa

kam

kichana

børste

brashi

hårtørrer

kikausha nywele

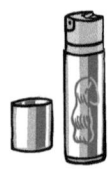

hårspray

marashi ya nyewele

makeup

vipodozi

læbestift

kidomwa

neglelak

varnish ya msumari

vat

pamba

neglesaks

mkasi wa kucha

parfume

manukato

toilettaske

mkoba wa kuosha

skammel

kinyesi

vægt

mizani

badekåbe

nguo ya kuoga

gummihandsker

glavu za mpira

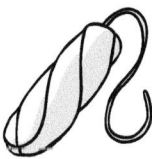

tampon

kisodo

damebind

sodo

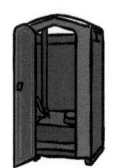

kemisk toilet

kemikali choo

børneværelse
chumba ya mtoto

vækkeur
saa ya kengele
bamse
kidoli cha kupakata
legetøjsbil
gari bandia
skralde
kelele
dukkehus
chumba cha midoli
gave
sasa

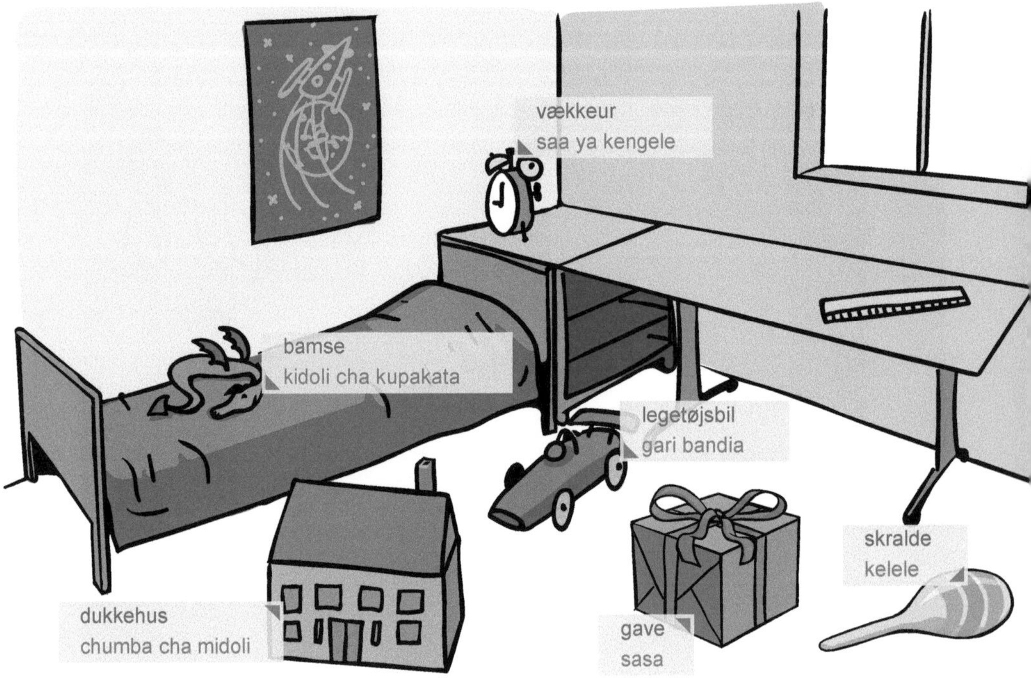

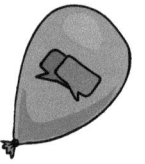

ballon
baluni

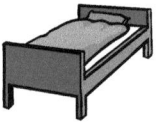

seng
kitanda

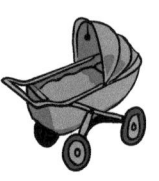

barnevogn
mashua

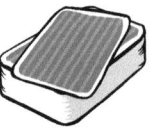

kortspil
staha ya kadi

puslespil
mchezo-fumb

SUPER
MEGA

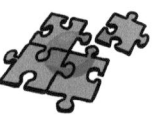

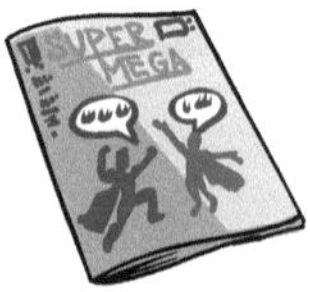

tegneserie
vichekesho

legoklodser

matofali lego

byggeklodser

vitalu mwigo

action figur

hatua takwimu

sparkedragt

suti ya kulalia

frisbee

kisahani

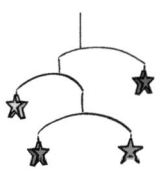

uro

simu

brætspil

ubao wa michezo

terning

kete

modeljernbane

garimoshi mwigo

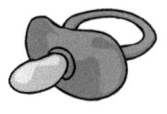

sut

dummy

fest

chama

billedbog

picha kitabu

bold

mpira

dukke

kikaragosi

lege

kucheza

sandkasse

shimo la mchanga

gynge

bembea

legetøj

vitu bandia

spillekonsol

kiweko cha video ya mchezo

trehjulet cykel

baiskeli ya magurudumu

matatu

bamse

mwanasesere

klædeskab

kabati

tøj

nguo

sokker

soksi

strømper

stokingi

strømpebukser

kibano

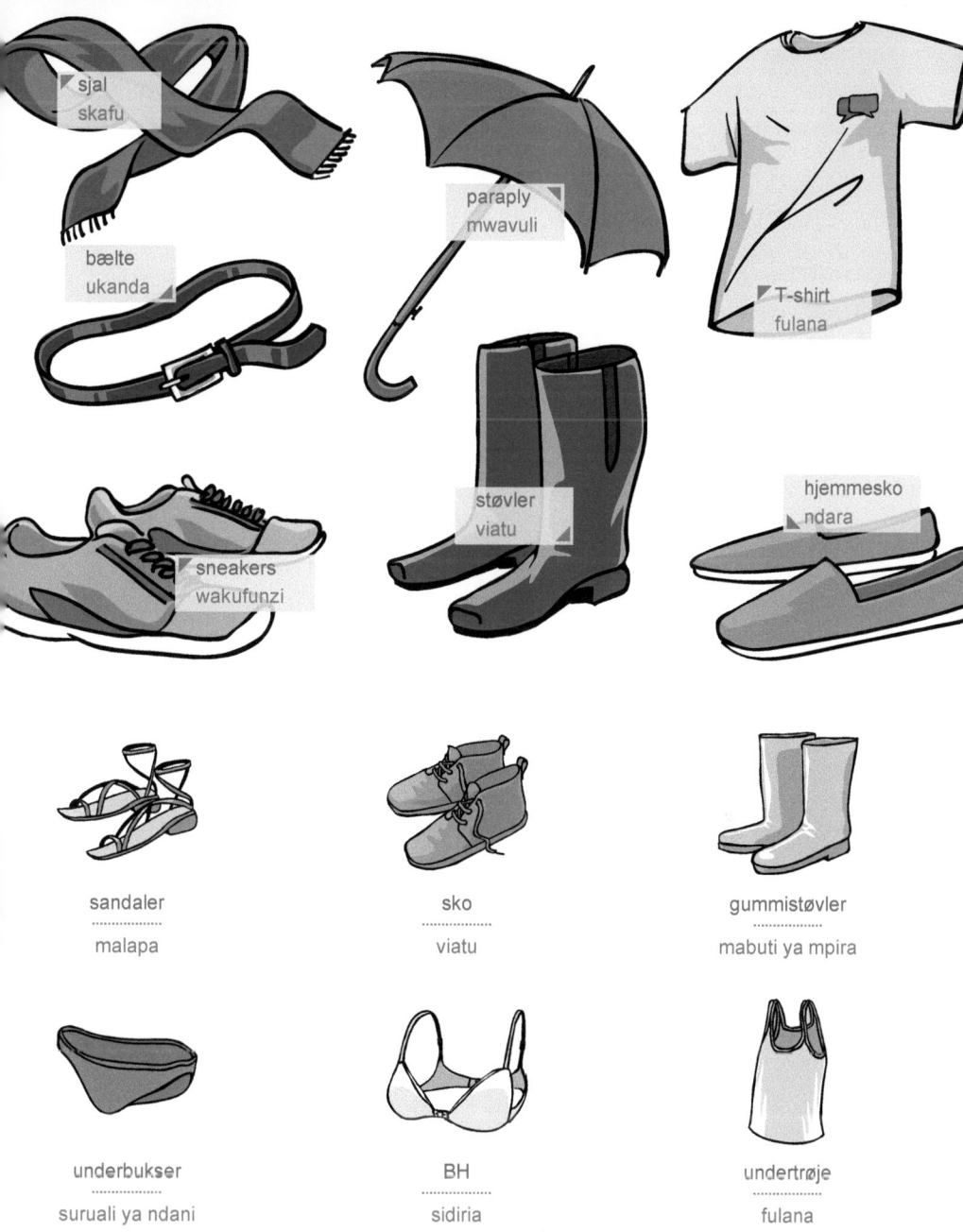

sjal
skafu

bælte
ukanda

paraply
mwavuli

T-shirt
fulana

støvler
viatu

hjemmesko
ndara

sneakers
wakufunzi

sandaler	sko	gummistøvler
malapa	viatu	mabuti ya mpira

underbukser	BH	undertrøje
suruali ya ndani	sidiria	fulana

body

mwili

bukser

suruali

jeans

dangirizi

nederdel

sketi

bluse

blauzi

skjorte

shati

pullover

vuta

sweatshirt

sweta

blazer

bleza

jakke

jaketi

frakke

koti

regnfrakke

koti la mvua

kostume

maleba

kjole

gauni

brudekjole

mavazi ya harusi

jakkesæt
suti

nattrøje
vazi la usiku

pyjamas
pajama

sari
sari

hovedtørklæde
skafu

turban
kilemba

burka
burka

kaftan
kaftan

abaya
abaya

badedragt
vazi la kuogelea

badebukser
vazi la kiume la kuogelea

korte bukser
kaptura

træningsdragt
teitei

forklæde
aproni

handsker
glavu

knap

kifungo

briller

glasi

armbånd

bangili

kæde

mkufu

ring

pete

ørering

herini

hue

kofia

bøjle

kiango cha koti

hat

kofia

slips

tai

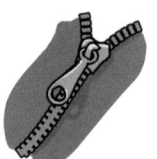

lynlås

zipu

hjelm

kofia

seler

kanda za suruali

skoleuniform

sare za shule

uniform

sare

hagesmæk
bibu

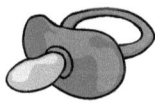

sut
dummy

ble
nepi

kontor
ofisi

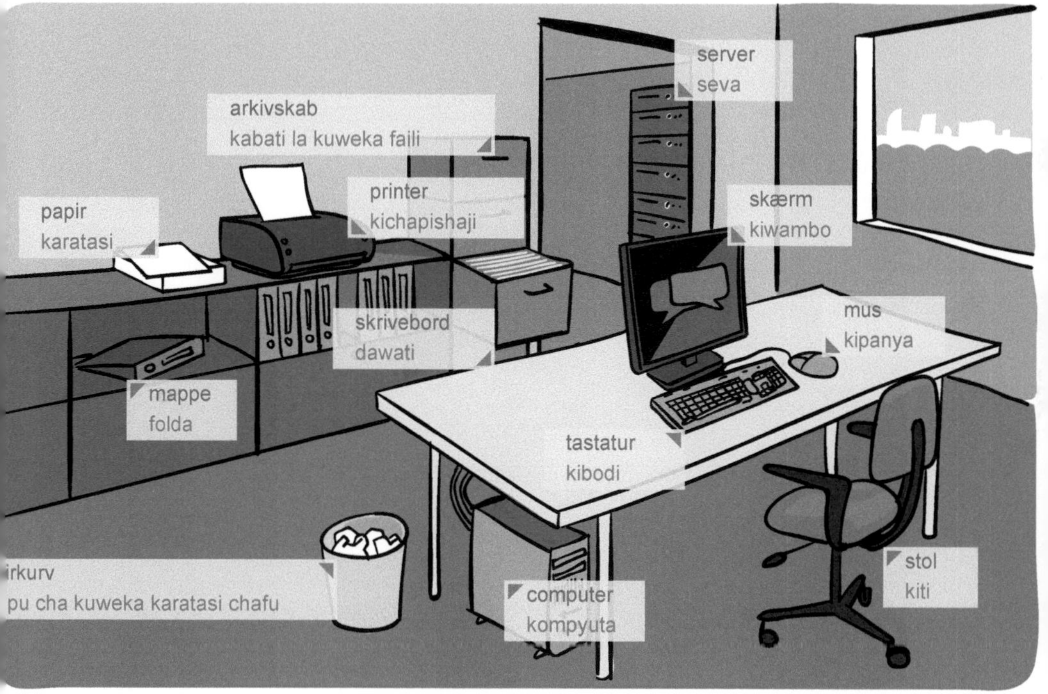

server
seva

arkivskab
kabati la kuweka faili

printer
kichapishaji

skærm
kiwambo

papir
karatasi

mus
kipanya

skrivebord
dawati

mappe
folda

tastatur
kibodi

irkurv
pu cha kuweka karatasi chafu

stol
kiti

computer
kompyuta

kaffekrus
kmobe la kahawa

lommeregner
kikokotoo

internet
biashara

bærbar
mbali

brev
barua

besked
ujumbe

mobil
rununu

netværk
intaneti

kopimaskine
fotokopia

software
programu

telefon
simu

stikdåse
soketi

fax
kipepesi

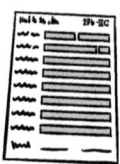

formular
fomu

dokument
hati

købe

kununua

betale

kulipa

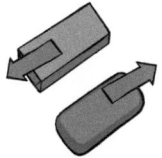

handle

biashara

penge

fedha

dollar

dola

euro

yuro

yen

yeni

rubel

rouble

schweizerfranc

faranga ya Uswisi

renminbi yuan

renminbi yuan

rupee

rupla

hæveautomat

eneo la kulipia

vekselkontor

ofisi ya ubadilishanaji

guld

dhahabu

sølv

fedha

olie

mafuta

energi

nishati

pris

bei

kontrakt

mkataba

skat

kodi

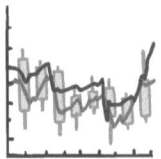

aktie

bidhaa

arbejde

kazi

ansat

mfanyakazi

arbejdsgiver

mwajiri

fabrik

kiwanda

butik

duka

erhverv
kazi

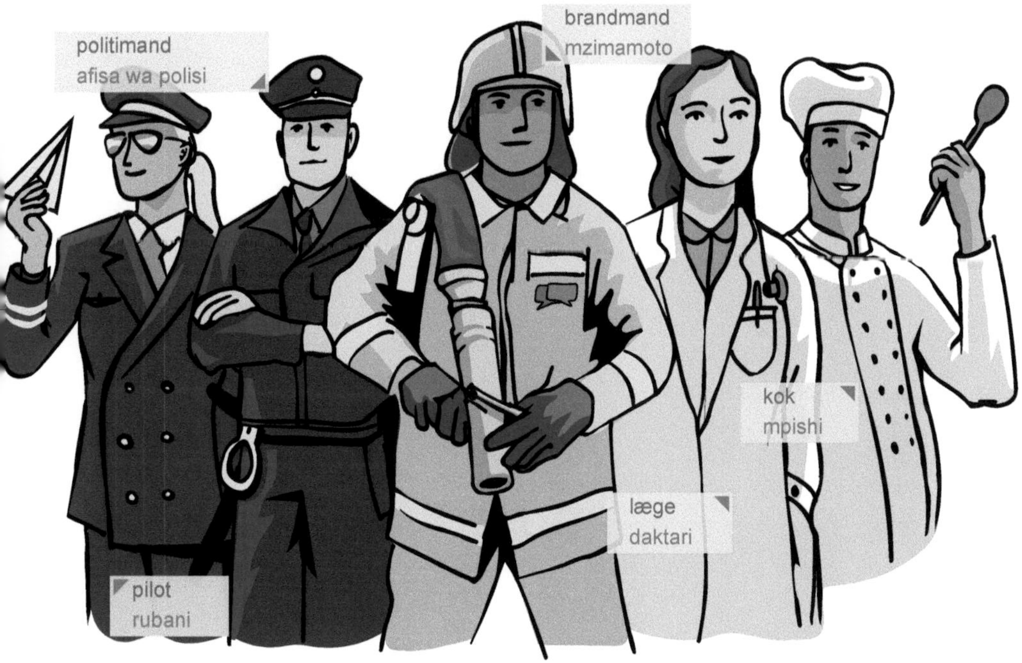
brandmand
mzimamoto
politimand
afisa wa polisi
kok
mpishi
lægе
daktari
pilot
rubani

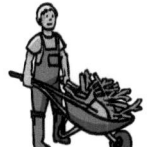

gartner

mtunza bustani

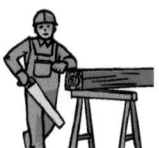

tømrer

seremala

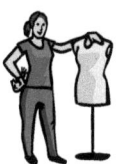

syerske

mshonaji

dommer

hakimu

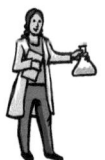

kemiker

mwanakemia

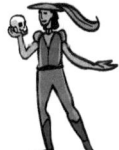

skuespiller

muigizaji

buschauffør
dereva wa basi

taxachauffør
dereva wa teksi

fisker
mvuvi

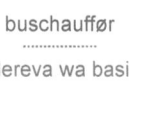

rengøringskone
mwanamke wa kusafisha

tagdækker
mwezekaji

tjener
mhudumu

jæger
mwindaji

maler
mchoraji

bager
mwokaji

elektriker
umeme

bygningsarbejder
mjenzi

ingeniør
mhandisi

slagter
mchinjaji

vvs-mand
fundi bomba

postbud
mwanaposta

soldat

mwanajeshi

arkitekt

msanifu majengo

kasserer

keshia

blomsterhandler

muuza maua

frisør

msusi

togfører

kondakta

mekaniker

mekanika

kaptajn

nahodha

tandlæge

daktari wa meno

videnskabsmand

mwanasayansi

rabbiner

rabbi

imam

imamu

munk

mtawa

præst

kasisi

værktøj
zana

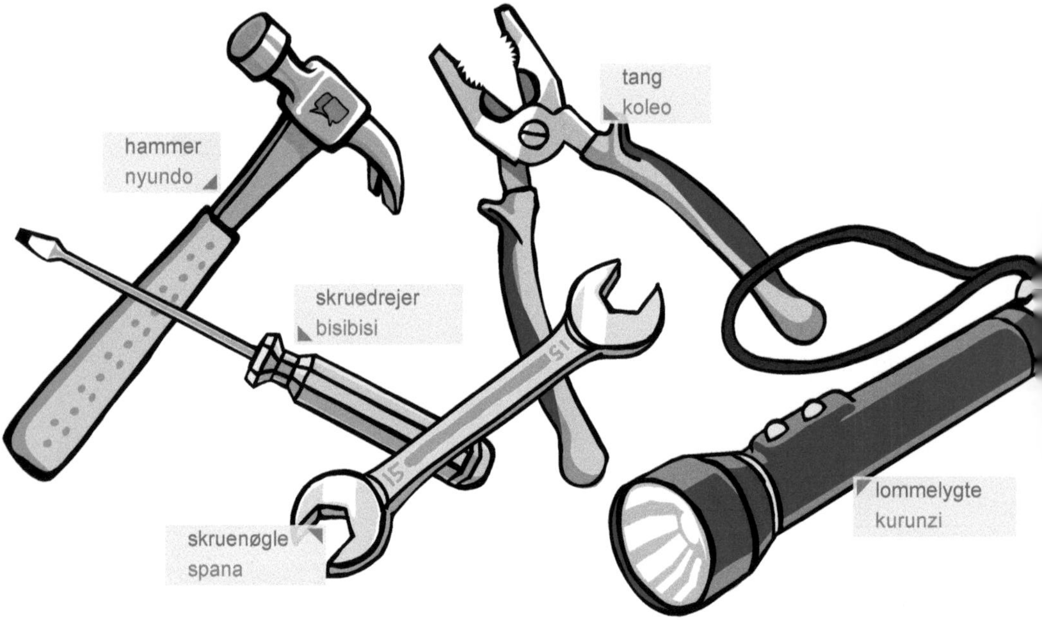

hammer
nyundo
tang
koleo
skruedrejer
bisibisi
skruenøgle
spana
lommelygte
kurunzi

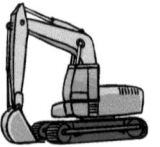

gravemaskine

mchimbaji

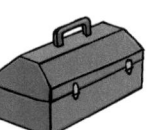

værktøjskasse

sanduku la vifaa

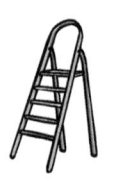

stige

ngazi

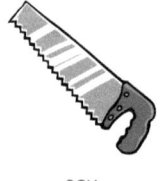

sav

msumeno

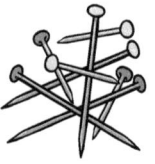

søm

misumari

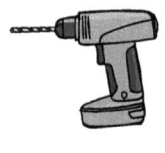

bor

kuchimba visima

reparere

kukarabati

skovl

sepetu

Lort!

Lo!

fejebakke

kishikio cha uchafu

malerspand

chungu cha rangi

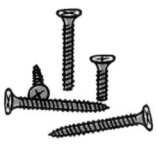

skruer

skurubu

musikinstrumenter
ala za muziki

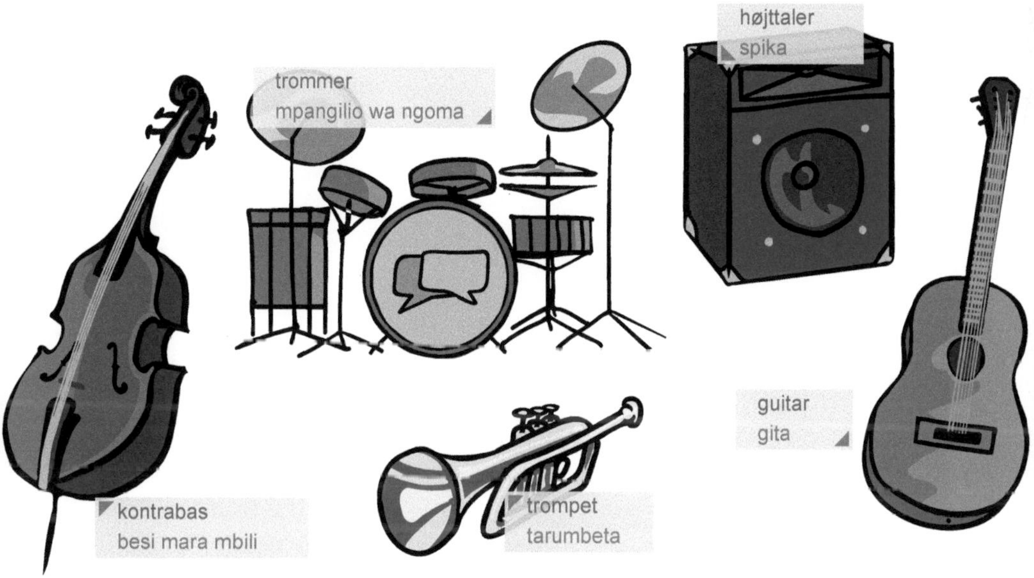

trommer
mpangilio wa ngoma

højttaler
spika

guitar
gita

kontrabas
besi mara mbili

trompet
tarumbeta

klaver

piano

violin

fidla

bas

ubeji

pauke

timpani

tromme

ngoma

keyboard

kibodi

saxofon

saksafoni

fløjte

filimbi

mikrofon

maikrofoni

bustani ya wanyama

tiger
simbamarara

indgang
lango la kuingia

bur
ngome

zebra
pundamilia

dyrefoder
chakula cha mifugo

panda
panda

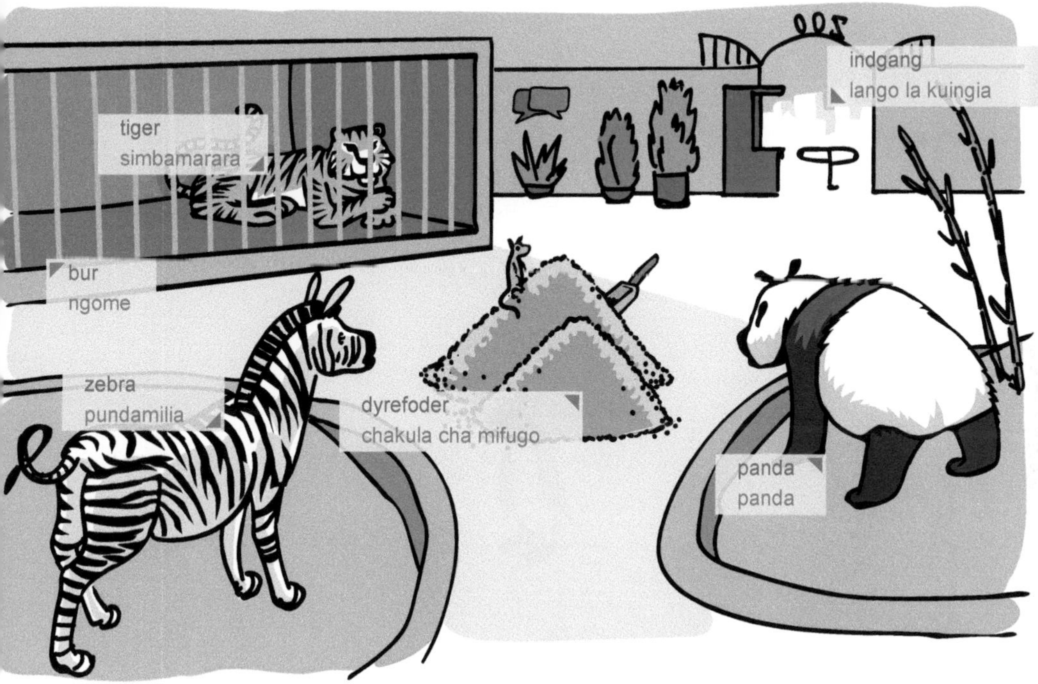

dyr
wanyama

elefant
tembo

kænguru
kangaruu

næsehorn
kifaru

gorilla
sokwe

bjørn
dubu

kamel

ngamia

struds

mbuni

løve

simba

abe

tumbili

flamingo

heroe

papegøje

kasuku

isbjørn

dubu

pingvin

penguini

haj

papa

påfugl

tausi

slange

nyoka

krokodille

mamba

dyrepasser

mtunza wanyama

sæl

muhuri

jaguar

jaguar

zoo - bustani ya wanyama

pony

mwanafarasi

leopard

chui

flodhest

kiboko

giraf

twiga

ørn

tai

vildsvin

nguruwe mwitu

fisk

samaki

skildpadde

kobe

hvalros

sili

ræv

mbweha

gazelle

paa

amerikansk football
soka ya marekani

cykling
uendeshaji baiskeli

tennis
tenisi

basketball
mpira wa kikapu

svømning
kuogelea

boksning
ndondi

ishockey
magongo ya barafuni

fodbold
soka

badminton
vinyoya

atletik
riadha

håndbold
mpira wa mikono

skiløb
skii

polo
polo

aktiviteter
shughuli

springe
kuruka
give et knus
kumbatia
grine
cheka
gå
kutembea
synge
kuimba
drømme
ota ndoto
bede
kuomba
kysse
busu

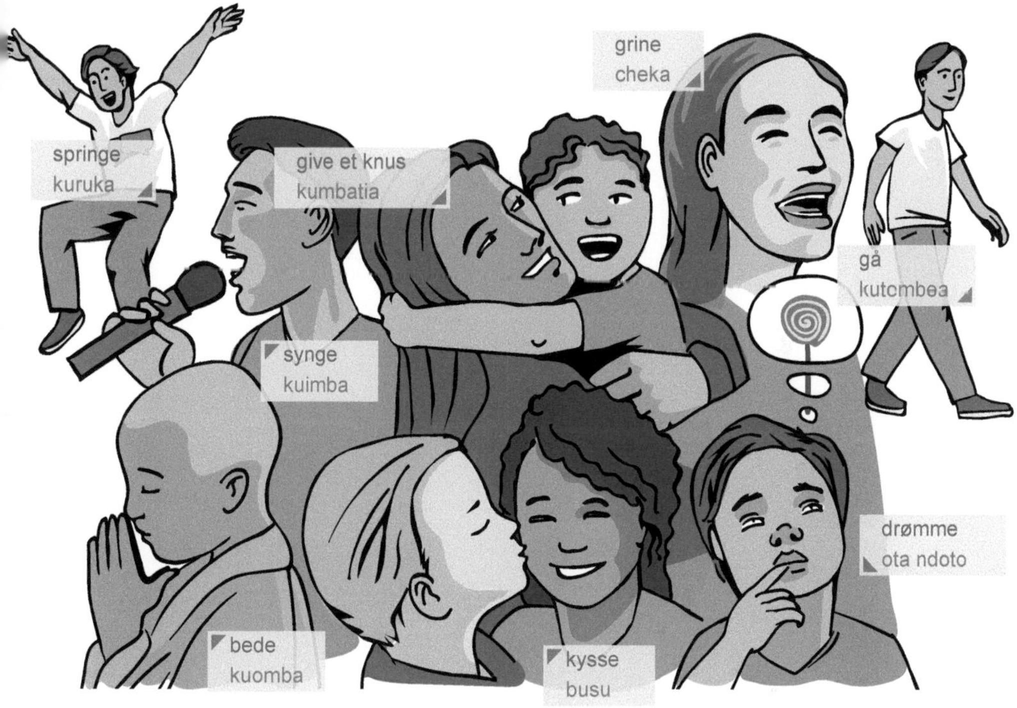

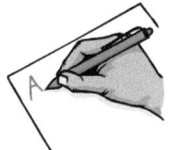

skrive

kuandika

tegne

kuteka

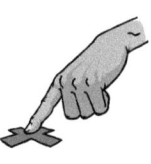

vise

angalia

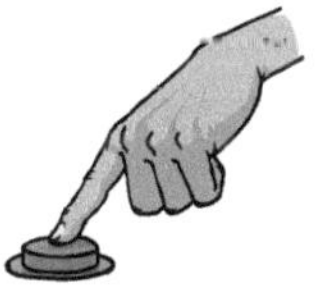

skubbe

sukuma

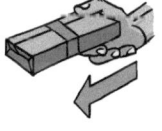

give

kutoa

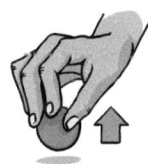

tage

kuchukua

have

kuwa

gøre

fanya

være

kuwa

stå

kusimama

løbe

kukimbia

trække

vuta

kaste

kutupa

falde

kuanguka

ligge

hadaa

vente

kusubiri

bære

kubeba

sidde

kukaa

tage på

vaa nguo

sove

usingizi

vågne

kuamka

se på

kuangalia

græde

lia

ae

kiharusi

kæmme

chana nywele

tale

ongea

forstå

kuelewa

spørge

kuuliza

høre

kusikiliza

drikke

kunywa

spise

kula

rydde op

nadhifisha

elske

upendo

koge

mpishi

køre

gari

flyve

kuruka

sejle

meli

regne

kokotoa

læse

kusoma

lære

kujifunza

arbejde

kazi

gifte sig med

kuoa

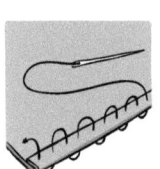

sy

kushona

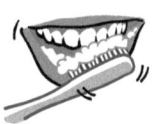

børste tænder

piga mswaki

dræbe

kuua

ryge

moshi

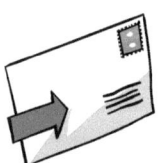

sende

kutuma

bedstemor
bibi

bedstefar
babu

far
baba

mor
mama

baby
mtoto

datter
binti

søn
bin

gæst

mgeni

tante

shangazi

onkel

mjomba

bror

kaka

søster

dada

krop
mwili

pande
paji la uso
øje
jicho
skulder
bega
finger
kidole
ansigt
uso
hage
kidevu
hånd
mkono
ben
mguu
bryst
matiti
arm
mkono

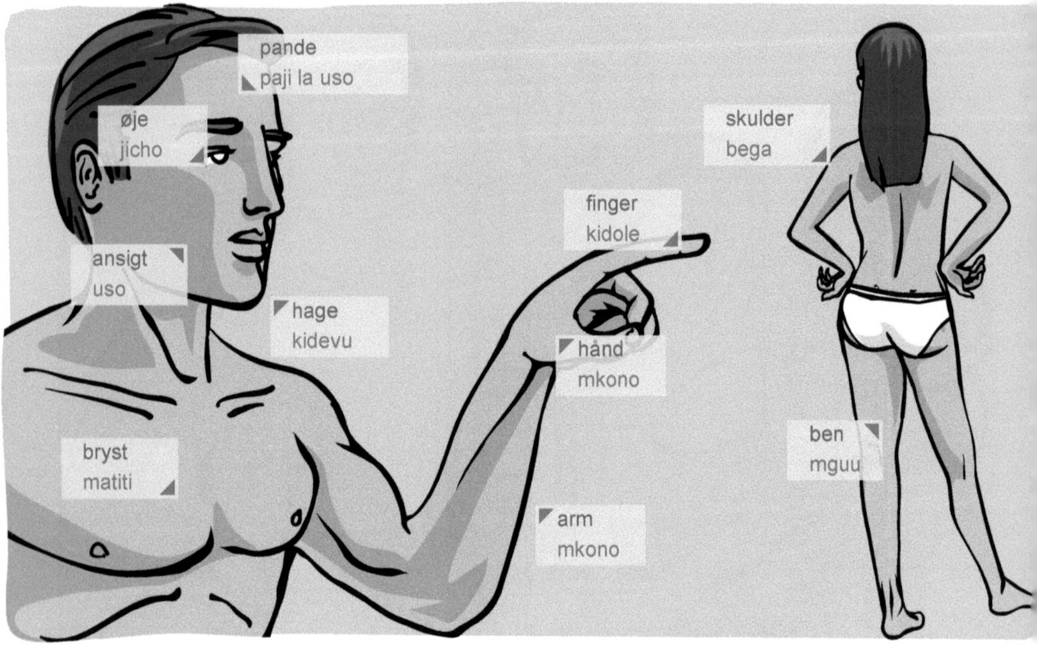

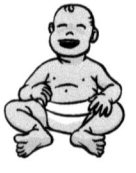

baby
mtoto

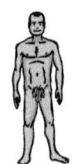

mand
mwanamume

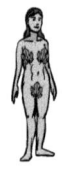

kvinde
mwanamke

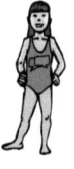

pige
msichana

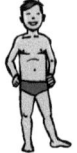

dreng
mvulana

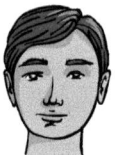

hoved
kichwa

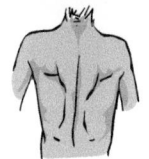

ryg

nyuma

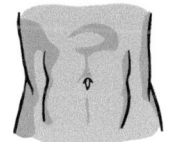

mave

tumbo

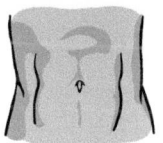

navle

kitovu

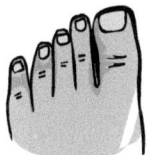

tå

chano

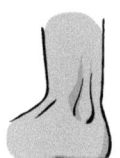

hæl

kisigino

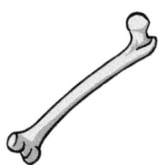

knogle

mfupa

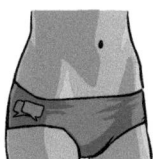

hofte

nyonga

knæ

goti

albue

kiwiko

næse

pua

bagdel

chini

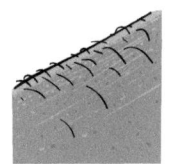

hud

ngozi

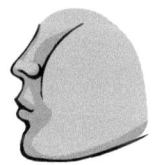

kind

shavu

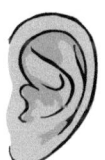

øre

sikio

læbe

mdomo

mund

kinywa

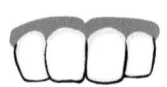

tand

jino

tunge

ulimi

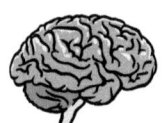

hjerne

ubongo

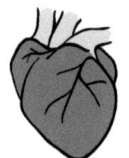

hjerte

moyo

muskel

misuli

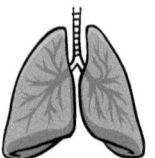

lunge

pafu

lever

ini

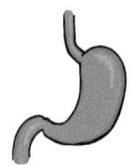

mavesæk

tumbo

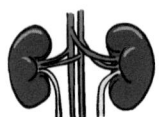

nyrer

figo

sex

jinsia

kondom

kondomu

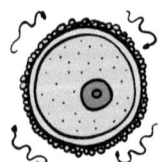

ægcelle

ovari

sperm

shahawa

svangerskab

mimba

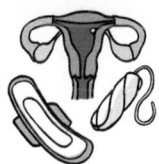

menstruation

hedhi

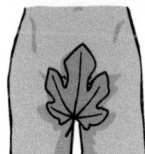

vagina

uke

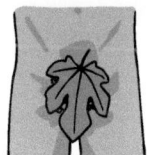

penis

uume

øjenbryn

unyusi

hår

nywele

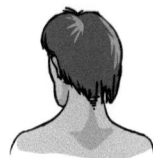

hals

shingo

sygehus
hospitali

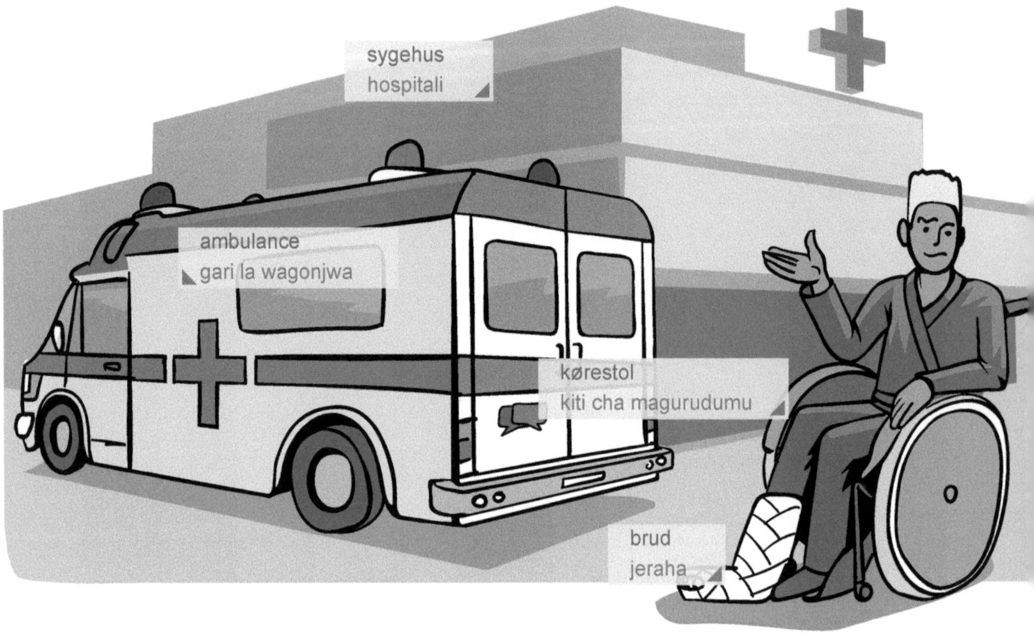

sygehus
hospitali
ambulance
gari la wagonjwa
kørestol
kiti cha magurudumu
brud
jeraha

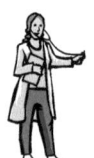

lægedaktari

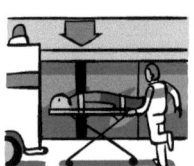

akutmodtagelse
chumba cha dharura

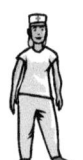

sygeplejerske
muuguzi

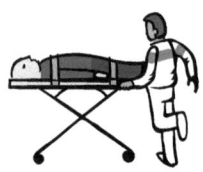

nødstilfælde
dharura

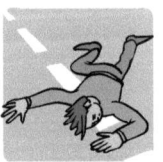

bevidstløs
kupoteza fahamu

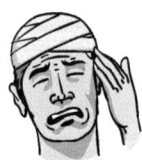

smerte
maumivu

skade

kuumia

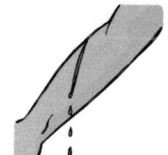

blødning

kutokwa na damu

hjerteinfarkt

mshtuko wa moyo

slagtilfælde

kiharusi

allergi

mzio

hoste

kikohozi

feber

homa

influenza

mafua

diarré

kuharisha

hovedpine

maumivu ya kichwa

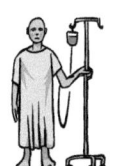

kræft

kansa

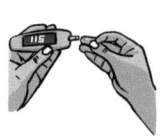

diabetes

ugonjwa wa kisukari

kirurg

daktari mpasuaji

skalpel

kisu kidogo cha kupasulia

operation

operesheni

CT

picha changanufu ya mwili

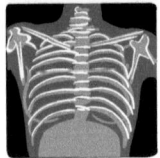

røntgen

Eksrei

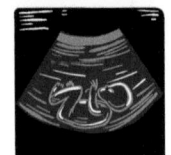

ultralyd

mawimbi sauti

maske

barakoa ya uso

sygdom

ugonjwa

venteværelse

chumba cha kusubiri

krykke

mkongojo

plaster

plasta

forbinding

bendeji

injektion

sindano

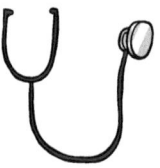

stetoskop

stetoskopu

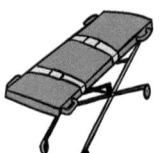

båre

machela

termometer

kipimajoto cha kliniki

fødsel

kuzaliwa

overvægt

unene kupita kiasi

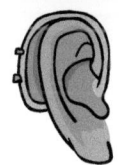

høreapparat

kusikia misaada

desinficerende middel

kipukusi

infektion

maambukizi

virus

virusi

HIV / AIDS

VVU / UKIMWI

medicin

dawa

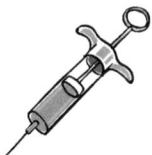

vaccination

chanjo

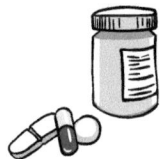

tabletter

vidonge

pille

kidonge

nødopkald

simu ya dharura

blodtryksmåler

haemodainamometa

syg / rask

mgonjwa / mwenye afya

Hjælp!	alarm	overfald
Msaada!	kengele	pigo

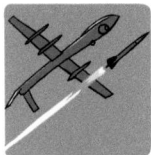		
angreb	fare	nødudgang
shambulizi	hatari	lango la dharura

Det brænder!	ildslukker	uheld
Moto!	kizima moto	ajali

førstehjælps-kuffert	SOS	politi
vifaa vya huduma ya kwanza	wito wa msaada	polisi

Europa

Ulaya

Nordamerika

Amerika ya Kaskazini

Sydamerika

Amerika ya Kusini

Afrika

Afrika

Asien

Asia

Australien

Australia

Atlanterhavet

Atlantiki

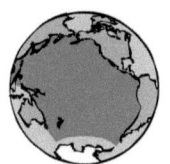

Stillehavet

Pasifiki

Indiske Ocean

Bahari ya Hindi

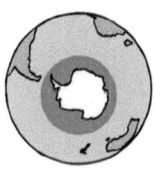

Sydlige Ishav

Bahari ya Antaktiki

Ishav

Bahari ya Aktiki

Nordpol

Ncha ya Kaskazini

Sydpol

Ncha ya Kusini

Antarktis

Antaktika

Jorden

dunia

land

nchi

hav

bahari

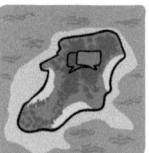

ø

kisiwa

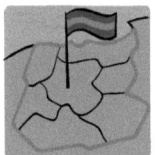

nation

taifa

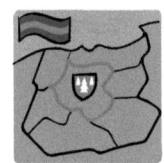

stat

jimbo

urskive

uso wa saa

timeviser

akrabu ya saa

minutviser

akrabu ya dakika

sekundviser

akrabu ya sekunde

Hvad er klokken?

Ni saa ngapi?

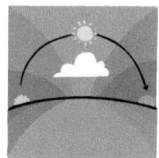

dag

siku

tid

wakati

nu

sasa

digitalur

saa ya dijitali

minut

dakika

time

saa

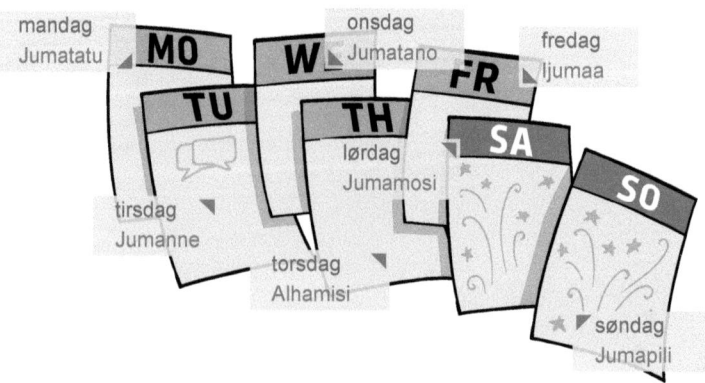

mandag
Jumatatu

onsdag
Jumatano

fredag
Ijumaa

tirsdag
Jumanne

torsdag
Alhamisi

lørdag
Jumamosi

søndag
Jumapili

i går
jana

i dag
leo

i morgen
kesho

morgen
asubuhi

middag
saa sita mchana

aften
jioni

arbejdsdage
siku za biashara

weekend
mwishoni mwa wiki

år
mwaka

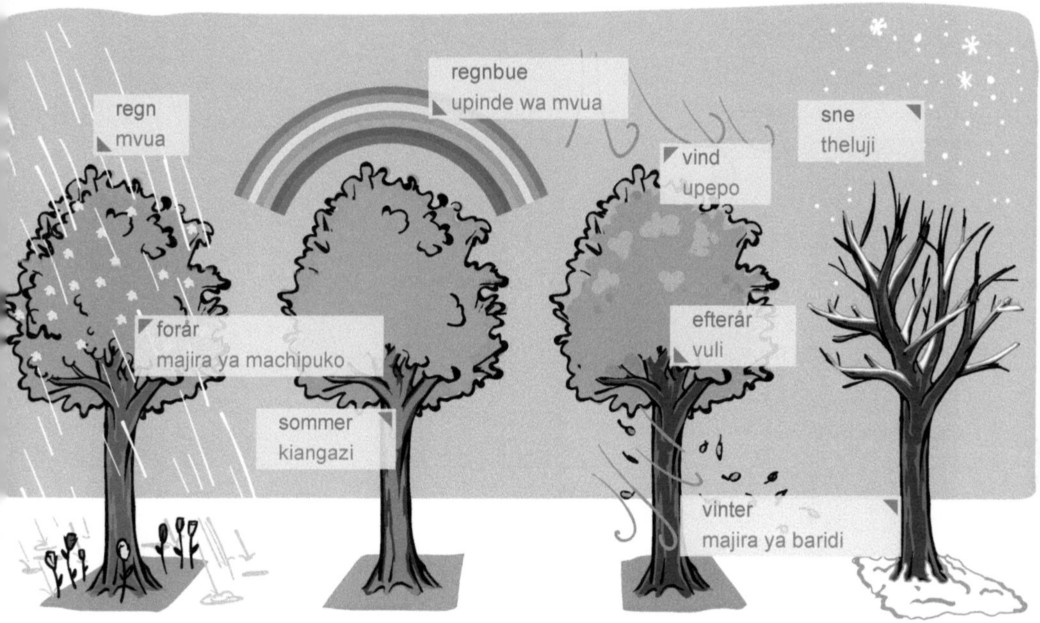
regnbue
upinde wa mvua
regn
mvua
vind
upepo
sne
theluji
forår
majira ya machipuko
efterår
vuli
sommer
kiangazi
vinter
majira ya baridi

4.APRIL 11°
5.APRIL 4°
6.APRIL 13°
7.APRIL 8°
8.APRIL 10°

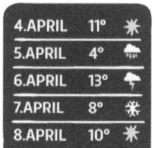

vejrudsigt

utabiri wa hali ya hewa

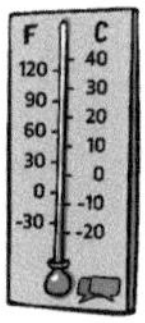
F C
120 40
90 30
60 20
30 10
0 0
-30 -10
-20

termometer

kipimajoto

solskin

mwanga wa jua

sky

wingu

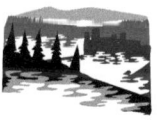

tåge

ukungu

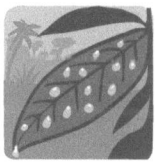

luftfugtighed

unyevu

lyn

umeme

torden

radi

storm

dhoruba

hagl

mvua ya mawe

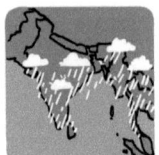

monsun

monsuni

flod

mafuriko

is

barafu

januar

Januari

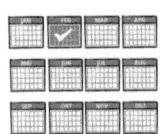

februar

Februari

marts

Machi

april

Aprili

maj

Mei

juni

Juni

juli

Julai

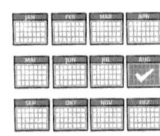

august

Agosti

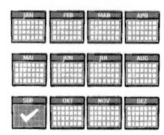

september
....
Septemba

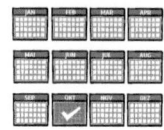

oktober
....
Oktoba

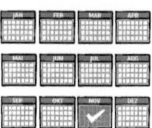

november
....
Novemba

december
....
Desemba

cirkel
....
mduara

kvadrat
....
mraba

firkant
....
mstatili

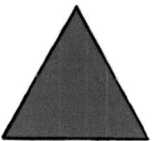

trekant
....
pembetatu

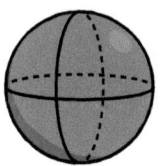

kugle
....
nyanja

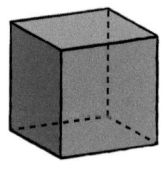

terning
....
mchemraba

hvid

nyeupe

gul

manjano

orange

chungwa

pink

rangi ya waridi

rød

nyekundu

lilla

hudhurungi

blå

bluu

grøn

kijani

brun

hanja

grå

jivujivu

sort

nyeusi

meget / lidt

mengi / kidogo

rasende / fredelig

hasira / pole

smuk / grim

nzuri / mbaya

begyndelse / slut

mwanzo / mwisho

stor / lille

kubwa / ndogo

lys / mørk

angavu / giza

bror / søster

kaka / dada

ren / snavset

safi / chafu

fuldkommen / ufuldkommen

kamilika / tokamilika

dag / nat

siku / usiku

død / levende

wafu / hai

bred / smal

pana / nyembamba

spiselig / uspiselig	vred / venlig	ophidset / kedet
kulika / kutolika	ovu / ema	sisimkwa / udhika

tyk / tynd	først / sidst	ven / fjende
nene / nyembamba	kwanza / mwisho	rafiki / adui

fuld / tom	hård / blød	tung / let
jaa / tupu	ngumu / laini	nzito / nyepesi

sult / tørst	syg / rask	illegal / legal
njaa / kiu	mgonjwa / mwenye afya	haramu / kisheria

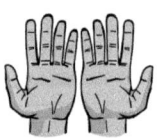

intelligent / dum	venstre / højre	nær / fjern
akili / kijinga	kushoto / kulia	karibu / mbali

ny / brugt

mpya / kutumika

intet / noget

kitu / jambo

gammel / ung

zee / changa

tændt / slukket

waka / zima

åben / lukket

wazi / fungwa

stille / højt

utulivu / kelele

rig / fattig

tajiri / masikini

rigtig / forkert

sahihi / kosa

ru / glat

mbaya / laini

ked af det / lykkelig

huzunika / furahia

kort / lang

fupi /ndefu

langsom / hurtig

polepole / haraka

våd / tør

nyevu / kavu

varm / kold

joto / baridi

krig / fred

vita / amani

0

nul

sufuri

1

en

moja

2

to

mbili

3

tre

tatu

4

fire

nne

5

fem

tano

6

seks

sita

7

syv

saba

8

otte

nane

9

ni

tisa

10

ti

kumi

11

elleve

kumi na moja

12

tolv

kumi na mbili

13

tretten

kumi na tatu

14

fjorten

kumi na nne

15

femten

kumi na tano

16

seksten

kumi na sita

17

sytten

kumi na saba

18

atten

kumi na nane

19

nitten

kumi na tisa

20

tyve

ishirini

100

hundrede

mia

1.000

tusinde

elfu

1.000.000

million

milioni

engelsk

Kiingereza

amerikansk engelsk

Kiingereza cha Marekani

kinesisk mandarin

Kimandarini cha Uchina

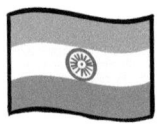

hindi

Kihindi

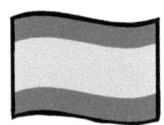

spansk

Kihispania

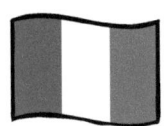

fransk

Kifaransa

arabisk

Kiarabu

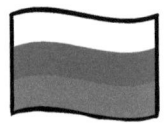

russisk

Kirusi

portugisisk

Kireno

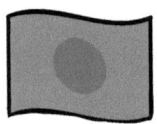

bengalsk

Kibengali

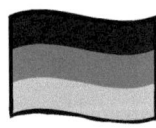

tysk

Kijerumani

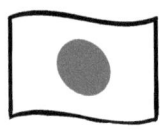

japansk

Kijapani

jeg

mimi

du

wewe

han / hun / den / det

yeye / yeye / ni

vi

sisi

I

wewe

de

wao

hvem?

nani?

hvad?

nini?

hvordan?

jinsi gani?

hvor?

wapi?

hvornår?

lini?

navn

jina

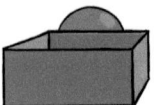

bag
....
nyuma

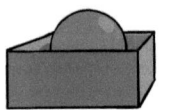

i
....
katika

foran
....
mbele ya

over
....
juu ya

på
....
kwenye

under
....
chini ya

ved siden af
....
kando

imellem
....
kati

sted
....
mahali